पैलातले
हंस

'दिलीपराज प्रकाशन प्रा. लि.'च्या नवीन पुस्तकांची यादी व माहिती हवी असल्यास आपला पत्ता, दूरध्वनी क्रमांक किंवा Email आमच्या diliprajprakashan@yahoo.in या Email address वर पाठवावा किंवा आमच्याशी दूरध्वनी क्रमांक फॅक्ससहित : ०२०-२४४८३९९५/२४४९५३१४ /२४४७१७२३ यावर संपर्क साधावा. आमच्या वेबसाईटला एकदा अवश्य भेट द्या.

Blog : http:.//diliprajprakashan.blogspot.com

पैलातले हंस

(कवितासंग्रह)

अंजली चितळे

दिलीपराज प्रकाशन प्रा. लि.
२५१ क, शनिवार पेठ, पुणे - ४११ ०३०

प्रकाशक
राजीव दत्तात्रय बर्वे
मॅनेजिंग डायरेक्टर,
दिलीपराज प्रकाशन प्रा. लि.
२५१ क, शनिवार पेठ,
पुणे ४११ ०३०

© अंजली चितळे

जी-१, शुभम् अपार्टमेंट
मडगाव रोड, ढवळी फोंडा
गोवा - ४०३४०१
मो. ९४२२०६३९०७

प्रथमावृत्ती - १५ ऑक्टोबर २०१२

प्रकाशन क्रमांक - १९६८

ISBN - 978 - 81 - 7294 - 961 - 7

मुद्रक
Repro India Ltd, Mumbai.

टाईपसेटिंग
पितृछाया मुद्रणालय,
९०९, रविवार पेठ, पुणे ४११ ००२

मुखपृष्ठ व आतील चित्रे - अंजली चितळे

मुद्रितशोधन - मिलिंद बोरकर, पुणे

गोवा सरकारच्या कला आणि संस्कृती खात्याच्या 'लेखकांसाठी असलेल्या आर्थिक सहाय्य', या योजनेअंतर्गत हे पुस्तक प्रकाशित करण्यात आले आहे.

माझ्या काव्यप्रवासास
हितकारक ठरलेल्या
सर्वांना सप्रेम

प्रस्तावना...

त्या पैलाचे झुळझुळ पाणी ह्या ऐलातही यावे-

तिची वेदना, तिचे सल सामान्य नाहीत. त्यांत काही तरी विलक्षण आदिम असे अंतस्थ धागे आहेत. कदाचित ते तिलाही नीट ठाऊक नाहीत; पण तिच्या शब्दांना ते दिसतात, जाणवतात नि खूपदा तिला ती वेदना शब्दांच्या पकडीत सापडते.

ती गूढ-गाढ अनुभव तिच्या सन्निध नेहमी असतीच, असे नाही; पण तिच्या कवितेच्या अस्तित्वाला ती सतत सोबत करती आहे. कधी तिच्या समक्ष, तर कधी तिच्या परोक्ष.

अन्यथा, हे **'पैलातले हंस'** तिला कसे सापडले असते? कारण तिच्या भोवतीची तृषार्त धरा, खरखरते वाळवंट, काटेरी निवडुंग नि विखारी डंख हे वास्तव तिला पूर्ण परिचयाचे— अगदी घट्ट् ओळखीचे आहे. पण तिच्या नेणिवेत ती 'पैल'ही आहे. त्या पैलातले नितळ निळे, झुळुझुळ आरस पाणी... संथ तळ्यातली लालचुटुक कमळं नि त्यासोबत विहरणारे शुभ्र देखणे हंस... हे तिला कसे दिसू शकतात? का दिसतात? कारण ते मनाच्या आत, निवांत गाभाऱ्यात वसतीला असतातच... आणि ते दिसतात फक्त तिच्या कवितेच्या डोळ्यांना.

नकोशा वाटणाऱ्या खरखरीत वास्तवाच्या आतच तिने हे 'पैलातले हंस' जपले आहेत... जणू पाळले आहेत! हे

स्वप्न नव्हे, हे भास नव्हेत; ही आदिम दुःखाला— स्त्रीत्वाच्या आतल्या दुःखाला— दिलेली समर्पक समजावणी आहे; जसा मानवी दुःखाला हा कवितेचा सुंदर समर्पक उःशाप आहे.

अंजली चितळे ह्या कलावंताचं मन असलेल्या चतुरंगी व्यक्तित्वाला अनेक कडांतून जगण्याच्या हाका येत असाव्यात. कधी नाटक, कधी पेंटिंग, चित्रकला, कधी गाणे, कधी वक्तृत्व, कधी अध्यापन, कधी निवेदन, कधी निखळ मैत्री, तर कधी संसार... आणि कदाचित म्हणूनच तिला आभाळाला विचारावेत असे प्रश्न पडतात. ती आभाळाला जाब विचारते— 'माझा निसटलेला चंद्र कुठाय?' आणि आभाळ तिच्यावर उपचार करते, भाळावर चंद्राऐवजी सूर्य रेखून! बाकीबाब, शंकर रामाणी, यांच्या कवितेतील सुंदर-सुशेगात गोव्यात... बेळगावच्या इंदिरा संतांच्या नितळ-निर्मळ शब्दांच्या सहवासात... नरेंद्र बोडके, सुदेश लोटलीकर, विष्णू सूर्या वाघ, पुष्पाग्रज ह्या समकालीन कवींच्या तरल आत्मवेधाच्या प्रभावात कविता नावाची गोष्ट तिच्यावर लाटेसारखी वारंवार थडकत राहते. मग एरवी शांत भासणाऱ्या निसर्गात तिला अंधाराच्या नौबती झडताना ऐकू येतात नि रात्र-रात्र जगण्यातली आशा रिचवीत राहताना, कवितेचा काजवा तिच्या तळहातावर येतो आणि मग एक गाढ आश्वासक हात हातात आल्यागत कवयित्री अंजली आश्वस्त होतात नि म्हणतात—

'मी भिऊ कशाला
कभिन्न सावलीस द्वाड,
आहे वळचणीस उभे
तेजाळ उजेडाचे झाड।'

अंजली चितळे यांच्या 'पैलातले हंस' या कवितासंग्रहात प्रत्येक पानावर तुम्हाला आशा-निराशेचा असा शब्दखेळ पाहायला मिळेल आणि निसर्गाच्या प्रतिमांतून, नैसर्गिक रूपकांतून वा नैसर्गिक उपमा-उत्प्रेक्षांतून अभिव्यक्त झालेला सावल्यांचा व ठिणग्यांचा असा नजारा पाहायला मिळेल!

जर गोवा हे ब्रह्मदेवानं निर्मिलेलं सौंदर्याचं आदिम माणिक असेल, तर त्याला तितक्याच आदिम दुःखाचा अंतरस्थ अभिशापही असणारच!

इतक्या काळानंतरही

काही निखारे
सुलगलेलेच आहेत आत...
काय एवढं जळतंय आत?

कवयित्रीच्या संपूर्ण काव्य-जाणिवांना अशा निखाऱ्यांचा एक निश्चित तळ आहे. त्यामुळे इतक्या सुंदर, देखण्या निसर्गातिही—

कातरवेळी प्रकाश पिवळा
हुरहुर दाटे मनी
आठवणींचा उगाच दंगा
गुणगुणते विरहिणी...

—असा अनुभव तिच्या वाट्याला येतो.

'पैलातले हंस' ह्या संग्रहातल्या दोन अपरिहार्य गोष्टी म्हणजे, निसर्गाची परिभाषा आणि लयीतले गुणगुणणे... कवयित्री अंजली यांनी आपली मनकविता जपताना, ह्या दोन गोष्टींचं देणं नीट जपलंय. कवितेला त्या 'मनस्विनी', 'चंचला' म्हणतात नि तीच त्यांची स्नेहांकिताही आहे... आणि तिच्या भोवतीचा आसमंत? तो तर 'पाचूचा मंत्र' आहे! कवयित्रीने तिच्या कवितेचा डोलारा ज्यावर उभा केलाय, त्या ह्या दोन मुख्य मिती! आपल्या कवितेतूनच तिने त्या सर्वत्र प्रकट केल्या आहेत.

स्त्रीच्या वाट्याला येणारे आदिम सल जर खरोखरी अस्तित्वातच नसते, तर अंजली ह्यांच्याकडूनही बोरकरांसारखी निब्बळ आनंददायी, आनंदी कविता स्रवली असती. पण जशी किनाऱ्यावर नयनरम्य ताडामाडांची हिरवी गर्द वनराई असते; तशीच, त्याला लागूनच रणरणत्या उन्हात प्रचंड उष्णतेने तळपणारी वाळूही असते— ह्या सत्याचा विलाप आपल्याला ऐकू येतो तो अशा कवितेमुळेच!

'पैलातले हंस'मध्ये 'मंत्र पाचूचे' आहेत. सुंदरतेला साद घालणारा 'चंडोल' आहे, 'उजेडाची फुले' आहेत, चांदणवेडे 'गवाक्ष' आहे, 'कांचनाचे झाड' आहे, 'रंगलेली चांदरात' आहे, 'स्वानंदाचे फूल' आहे, 'हिरवा विसावा' आहे, कापसाचे 'देहफूल आहे, 'लाडीगोडीची आर्जवे' आहेत, 'उन्मेषी पाऊल' आहे, 'पानपिसारे' आहेत, 'मोती बरसणारे चांदणे' आहे, अनावर 'श्रावणरंग' आहे. आकाशीचा 'भिरभिर पक्षी' आहे, हिरव्या साजिऱ्या रुजव्याचा 'श्रावण' नावाचा पाचू आहे;

आठ

पण...

हा पणच फारच घातक असतो आणि तोच खरा सर्जकही असतो. ह्या साऱ्या देखण्या मनभावन मनातल्या आणि प्रत्यक्षातल्या चित्रांबरोबरच 'सुलगलेले निखारे'ही आहेत, रणरण उन्ह आहे, अंतर्यामीची वादळं आहेत, सोबत उरलेल्या 'निगेटिव्हज्' आहेत, 'अबोल ऋतू' आहेत, हव्यासाची गिधाडं आहेत, 'उन्मळून पडणारा पाऊस' आहे, सारे स्वप्नलोक गडपून घेणारं 'कृष्णविवर' आहे. रानांचे 'काटेरी व्यूह' आहेत, 'मुकी आर्तता' आहे, 'कोरड्या नात्यांचे कोरडे सूर्य' आहेत, आठवणींच्या प्रदेशातला 'सन्नाटा' आहे, आपल्या लाल पाकळ्या सांडून 'अरण्यरुदन' करणारा 'गुलमोहर' आहे, रक्तदेठांचे शुभ्र अश्रू सांडणाऱ्या रात्री आहेत आणि 'कोण मी?', 'का म्हणून पुन्हा पुन्हा?' 'कुठून येतो काळ सखे?', 'आणखी किती वाली?', 'कोणत्या स्वप्नातून आली जाग?'— असे काळजाला कातरणारे आदिम प्रश्नही आहेत!

वर उल्लेखलेल्या अंजली चितळे यांच्या कवितेतल्या कैक प्रतिमांचा कल्लोळ पाहिला की वाटते— एखादा कवी वा एखादी कवयित्री मनात किती काटयांचे नि फुलांचे चंद्र-सूर्य घेऊन वावरत असते! अंजली चितळे यांच्या **'पैलातले हंस'** या संग्रहातल्या ह्या कैक प्रतिमा त्यांच्या सखोल कविताध्यासाची प्रचिती देतातच; पण त्याबरोबरच इतका सुंदर, बाह्य निसर्ग आतल्या निखाऱ्यांना शांतवू शकत नाही, हे वास्तवही समोर येते.

'का म्हणून पुन्हा पुन्हा
ही वेळ पदरी येते
तोडण्याचे उचकटण्याचे
भागधेय हाती येते'

हे कवयित्रीला जाणवणारे प्रश्नपेच म्हणजे आरती प्रभूंना पडणाऱ्या नियतिशरण आयुष्याच्या प्रश्नांसारखेच गूढरम्य आहेत. त्यामुळे बाकीबाब बोरकरांचा 'शब्दसाजिरा' उत्सव आणि आरती प्रभूंचे 'जन्मव्याधी'पण यांचा विचित्र मेळ या संग्रहात आपल्याला पाहायला मिळतो. कधी कधी ह्या परस्परविरोधी तीव्रतेनं आपण थकून जातो. खूपदा असंही जाणवत राहतं की, ह्या द्वंद्वामुळेच कवयित्रीला निसर्गाचा निखळ-

शुभ्र आनंद वेचता येत नाही; वृत्त-छंदातली काटेकोर नियमबद्धताही पाळता येत नाही! एक प्रकारची भावनिक विस्कळता सर्वत्र व्यापून राहते आणि एका स्वप्नसुलभ आयुष्याला ही कसली वेदनामय जाग पुनः पुन्हा छळते, असे वाटून आपण खचून जातो.

आसक्त प्रेमभावना आणि हव्यासाची गिधाडे यांनी कवयित्रीचे 'आतले जग' इतके ओतप्रोत आहे की, त्यात आणखी कुठल्या सामाजिकतेला स्थानच नाही. तरीही कवयित्रीला दहशतवादाच्या काळ्या धुरात कोसळणारा 'ताज'चा घुमट छळतो, बाईच्या जातीला छळणारा 'हुंड्या'चा प्रश्न छळतो, तमाम लेकीबाळींच्या वाट्याला येणारे वास्तवाचे विस्तव त्रास देतात नि नव्या वाल्या कोळ्याला नाकारणारा मख्खड समाज मनाला झिणझिण्या आणतो. कवितेच्या नेणीव-तळातून वास्तवाच्या खरखरीत पृष्ठभागावर आणणाऱ्या अशा कविता हाताच्या बोटांवर मोजण्या इतक्याच आहेत. मात्र, त्यातूनही कवयित्रीच्या सजगतेची जाणीव वाचकाला होते. तरीही आशा-निराशेचा शब्दव्याकूळ खेळ खेळणाऱ्या काहीशा आदिम प्रदेशात हे वर्तमानपत्री वास्तव काहीसे खटकतही राहते; 'पैलातल्या हंसा'च्या नितळ आरस्पानी तळ्याकाठी मात्र ते अस्थानी वाटते.

ह्या संग्रहातला प्रदेश हा वैयक्तिक आहे नि तो अंतस्थ आहे. ह्यातील पेचही अंतस्थ आहेत. खूपदा कवयित्रीला पडणारे प्रश्न आदिम आहेत, सखोल आहेत आणि गोव्याच्या निसर्गरम्य पार्श्वभूमीवर इथल्या शब्दसुंदर परिघात त्या प्रश्नांनाही एक देखणी झळाळी प्राप्त झालीय. कदाचित म्हणूनच ह्या 'पैलातले हंस' हे कवयित्रीचे वैयक्तिक न राहता, सार्वत्रिक बनले आहेत.

शब्दांची सुस्वर नक्षी काढत ही कविता रमली असती तर कदाचित पु. शि. रेगे यांच्यासारखी अल्पाक्षरी वा 'ग्रेस' ह्यांच्या कवितेसारखी 'गूढरम्य' झाली असती. पण केवळ शब्दात रमणे हा कवयित्रीचा हेतू नाही; तिला तिच्या प्रश्नांना मुखर करायचे आहे आणि 'पैला'तले थोडे 'ऐलतीरी' आणायचे आहे. कवयित्रीचा हा प्रयत्न ह्या संग्रहात सतत जाणवत राहतो आणि कवयित्रीच्या

मनातले द्वंद्व संग्रहभर अधोरेखित होत राहते, हेच ह्या संग्रहाचे श्रेय आहे.

अशा प्रकारच्या संग्रहानंतर आपण स्तब्ध होतो, मूक होतो. कवयित्रीला शुभेच्छा देणं हा एरवीचा उपचार इथे काव्यबाह्य ठरतो. तेव्हा, हे पुस्तक मिटताना तिचे पैल थोडे ऐल तीरी येऊ दे, अशी कवितादेवीकडे प्रार्थना करण्यापलीकडे आपल्यालाही काही पर्याय उरत नाही.

त्या पैलाचे झुळझुळ पाणी
ह्या ऐलातही यावे
शुभ्र देखण्या ह्या हंसांनी
डंख जुने वेचावे...

– **अरुण म्हात्रे**

पैलातले

हृदयसंवाद...

'पैलातले हंस' ह्या माझ्या पहिल्या कवितासंग्रहातल्या कविता, तुम्हा सर्वांशी हृदयसंवाद करणाऱ्याच आहे.

पैलातल्या देखण्या हंस पक्ष्यासारखी कविता मला मनोमन खुणावत राहिली, समृद्ध करत राहिली, जगण्याचं बळ देत राहिली, तृप्ती आणि शांतीचा अनुभव देत राहिली... आणि मग माझी स्नेहांकिताच झाली.

कवितेची ही वाट अशी मनोहारी असेल आणि त्या वाटेने जाण्याचा उद्योग मी कधी काळी करेन, असं पूर्वी कधीच वाटलं नव्हतं. कवितेशी जवळीक ही फक्त शाळेपुरती होती. शाळेच्या पाठ्यपुस्तकातल्या कविता चालीत म्हणायचा आनंद आपण सर्वांनीच घेतलेला आहे. अख्ख्या वर्गाने एका सुरात म्हटलेल्या कविता त्यांच्या चाली, शब्द अजूनही कानात रुमझुमतात. परंतु त्या कवितांचे कवितापण त्या काळी फारसं जाणवलं नाही, कारण त्या कविता अभ्यासाचा भाग झाल्या होत्या. कवितेवर विचारलेल्या प्रश्नांमध्ये आम्ही अडकायचो आणि कवितासुद्धा. त्यामुळे अगदी अलीकडच्या काळपर्यंत, म्हणजे २००० सालापर्यंत मासिकातलं कवितेचं पान उलटूनच पुढे जायचं, हा परिपाठ होता.

आमच्या कॉलेजच्या २००० सालाच्या वार्षिक अंकाच्या संपादनाची जबाबदारी माझ्यावर असल्याने, मुखपृष्ठाचं डिझाईन करताना मी काही ओळी उस्फूर्त लिहिल्या आणि 'हा थरार काही वेगळाच आहे', हे जाणवलं. त्यानंतर मग मी मागे वळून पाहिलंच नाही.

निर्मितीच्या ह्या वाटेवर व्यक्त होताना मलाही खूप आनंद

मिळत होता. वाटलं होतं की, कविता-लिखाणाचं हे उधाण कदाचित तत्कालिक, तात्पुरतं असेल; काही दिवसांनी ते आपोआपच सर्व ओसरले. अगदी आतून आल्याशिवाय काही लिहायचं नाही, हे ठरवल्यामुळे लिखाणात वर्ष-दीड वर्षाचा खंडही पडायचा. माझा कॉलेजमध्ये शिकवायचा विषय रसायनशास्त्र. त्यामुळे कोणत्याही कवींच्या/कवयित्रींच्या कविता ना मी वाचल्या होत्या, ना अभ्यासाच्या होत्या. परंतु कवितेच्या अमली रसायनाशीसुद्धा माझी गट्टी जमली. त्यामुळे वृत्त, छंद इ. चा ना काही गंध. तरी कविता मोठ्याने वाचताना लयीला खटकणारे शब्द जाणवायचे आणि त्यानुसार काही बदल व्हायचे.

आपल्या भारतात शालेय शिक्षणात त्रिभाषासूची राबवली जात असल्याने कमीत कमी तीन भाषा तर प्रत्येकाला येतातच. उच्च शिक्षणासाठी इंग्रजी आणि नोकरी करतानाही इंग्रजीचा वरचष्मा. आता तर मोबाईलमुळे कामचलाऊ इंग्रजी सगळ्यांनाच येतं. ह्या साऱ्यामुळे तरुणवर्ग थोड्याफार फरकाने मानसिक गोंधळात असतो. कामचलाऊ साऱ्या भाषा आल्या तरी पूर्णतः कोणतीच भाषा नीट लिहिता येत नाही. अपवाद— भाषाविषयाचा अभ्यास करणाऱ्यांचा. तरुणवर्ग त्यामुळे एका वेगळ्याच भाषेचा अवलंब करताना दिसतो. Campus lingo म्हणजे साऱ्या भाषांची खिचडी. मीसुद्धा या साऱ्यातून गेले आहे; परंतु कविता लिहावीशी वाटल्यावर मला ती मराठीतच लिहावीशी वाटली. दहावीपर्यंत माझं शिक्षण मराठीतून झाल्यामुळे असेल. रत्नागिरीच्या फाटक हायस्कूलच्या साऱ्या उत्तम भाषाशिक्षकांची मला इथे खूप आठवण येतेय. भाषेचं संचित ही त्यांची देन आहे. हे त्यांचं श्रेय आहे. भाषा हा जीवनाचा विषय आहे, सहजाविष्कार आहे. भाषेकरता मला कोणत्याही वेगळ्या भाषेच्या डिग्रीची आवश्यकता भासली नाही.

भारतीय स्त्रीची आणि कवितेची जवळीक खूप आदिम आहे. पूर्वी स्त्रिया जात्यावर पीठ दळायच्या. दळताना जात्याच्या घरघरीबरोबर त्यांच्या ओठांवर ओवीचे शब्द सहज यायचे. त्यांच्या सुख-दुःखांचे सल, किल्मिषं, मिश्किली... सारं पोटातलं त्यात उमटायचं —

अरे घरोटा घरोटा, तुझ्यातून पडे पिठी

तसं तसं माझं गाणं, पोटातून येतं ओठी' — असं बहिणाबाईंनी म्हटलंय. आता जातं कालबाह्य झालं, त्यामुळे जात्यावरच्या ओव्या नाहीत. परंतु, घरघरीचे प्रकार बदललेत आणि वाढलेतही. मिक्सरची घरघर, बसची व गाडीची घरघर, फॅनची घरघर... ह्या साऱ्या घरघरी आपल्याला शब्दांत व्यक्त व्हायला मदत करतात. फक्त ओठांतली मौखिक ओवी आता लिखित कविता आहे.

प्रत्येक कवी आपापल्या प्रकृतीनुसार लिहितो. प्रत्येकाची शक्तिस्थानं वेगळी असतात, अस्वस्थ करायची पद्धतही वेगळी असते. हलवण्याची, जागं करण्याची स्टाईल असते. हृदयाला भिडण्याच्या जागा वेगळ्या असतात. रसिक वाचकांची प्रकृती अथवा वेव्हलेंग्थ लेखकाशी जुळली की कवितेत मांडलेला अनुभव थेट पोचतो. नाही तर मग कविता दुर्बोध वाटतात; गूढ, धूसर, अवघड वाटतात.

बाकीबाब म्हणायचे, "मी कविता लिहीत नाही; मला कविता होतात." खरंच आहे. मनासारखी कविता कागदावर उतरेपर्यंत येणारा अस्वस्थपणा, होणारी उलघाल, तगमग, वेदना ह्या प्रसववेदनेसारख्याच असतात. त्यामुळे 'कविता होते' हा शब्दप्रयोग अगदी नेमका आहे. सुरुवातीच्या काळात काही कविता पेपरात छापायला दिल्या. पण जाणवलं की, निर्मितीचा क्षण हा खरा आणि त्यानंतरची सव्यापसव्यं करण्याचा काही आपला पिंड नाही. त्यामुळे पुस्तक छापणं ही खूप दूरची गोष्ट होती. परंतु माझी मैत्रीण नीता तोरणे तिच्या पुढाकाराने माझं कवितेचं पहिलं पुस्तक मूर्त रूपात येतंय ह्याचं श्रेय मी तिलाच देईन. त्याचप्रमाणे मनीषा उपाध्ये, हर्षदा आणि ॲड. सतीश सोनक, लेखिका माधवी देसाई, कवी-पत्रकार आणि आता आमदार विष्णू वाघ, कोमरपंत सर, अरुण म्हात्रे आणि माझी मुलगी मृणालिनी या सर्वांनी मला वेळोवेळी लिहिण्याकरता प्रोत्साहन दिलं. अरुण म्हात्रेंना मी प्रस्तावनेबद्दल विचारल्यावर त्यांनी होकार दिला आणि छानशी प्रस्तावना दिली. या सर्वांचे आभार तरी कसे मानायचे? मी त्यांची ऋणी आहे आणि त्यांच्या ऋणात राहणंच मला जास्त आवडेल.

आयुष्य समरसून जगताना माझ्यातल्या सृजनाचे झरे कायम

शोधायची सवयच लागली आणि मग आयुष्य उत्सवी झालं. शब्दांतून व्यक्त व्हायला कविता, सूरांतून व्यक्त व्हायला गाणं, रंगांतून व्यक्त व्हायला चित्रकला इ. बरंच काही. पुस्तकातली माझी रेखाचित्रं आणि मुखपृष्ठ ही आणखी एक मिती ह्या पुस्तकाला जोडलीय. अत्यंत नेटकं, सुबक, सुंदर आणि देखणं पुस्तक काढल्याबद्दल दिलीपराज प्रकाशनाचे श्री. राजीव बर्वे यांची मी आभारी आहे.

गोव्यातल्या आणि गोव्याबाहेरच्या साऱ्या रसिकांसमोर हे पुस्तक ठेवलंय. मला दिसणारे 'पैलातले हंस' तुम्हालाही जाणवतील— दिसतील, अशी आशा व्यक्त करते.

- **अंजली**

अनुक्रमणिका

अनुक्रमणिका

अनुक्रमणिका

१. चंद्राऐवजी सूर्य रेखला

धावत सुटली विचारायला
आभाळासी निक्षुन जाब
निसटलेला चंद्र कुठे तो
नको हसण्यावारी बाब

तुडवित गेली रानभर
अंधाराच्या घोर नौबती
रिचवित राहिली आशा रात्रभर
चमचमत्या काजव्यांसोबती

मुळांपासुनी दिले उखडून
तिने ओझ्यांचे नि:श्वास
भिरकावले आभाळात
सारे कुडीतले श्वास

जिवानिशी कडाकडा
आभाळाला खणलं खोल
साऱ्या दिशा चालून आल्या
उलटून म्हणल्या, 'आता बोल'!

आभाळाने दखल म्हणून
केला उपचार शेवटी
चंद्राऐवजी सूर्यच रेखला
तिच्या भाळावरती

❑❑

२. गर्द अवघे रान हिरवे

सजल घन मनी आला
अवचित ऋतू कसा पालटला

लोळ विजेचे कडाड्कड
तळपत गर्जत आला
कल्लोळांचे मेघ निळेसे
घुमार घालत आला

तुफानांचे सागर सारे
पूर्ण प्राशुन आला
वाऱ्यावरती सवार होऊन
अबलख दौडत आला

गर्द अवघे रान हिरवे
सहज भेदुन आला
रानामधले सांदिकोपरे
निबिड स्पर्शुन आला

रौद्र सारे बरसताना
मऊ लोण्याहुनी झाला
चिंब ओले भिजवताना
धार रेशमी झाला

◻️◻️

३. सहजच गेलो तिथे फिराया

सहजच गेलो तिथे फिराया
डोंगरमाथ्यावर
दिले सोडूनी मुक्त जिवाला
खुशाल सैल स्वैर

पर्वतांची रांग काळी
इवलीशी दूर
माळ मोकळा सपाट मध्ये
पसरला सर्वदूर

भणाणणारा अवखळ वारा
पदर उडवित
भरभरुन आणि कवटाळून
रानगंध मत्त

कातरवेळी प्रकाश पिवळा
हुरहुर दाटे मनीं
आठवणींचा उगाच दंगा
गुणगुणते विरहिणी...

□□

४. मंत्र पाचूचे

डोंगरवाट नितळ
जाई वळत वळत
रानफुलांनी नटली
रानबहर रंगीत

दूर डोंगरांच्या घळी
रंग हिरवे निळाई
लपेटून अळंगशी
शुभ्र धुक्याची दुलई

कंच देखणी हिरवाई
लोभ प्रलोभने सारे
मन विहरे नादात
मऊ मख्मली पंखांनी

खुणावतो आसमंत
मंत्र पाचूचे फेकून
गाणे झुलते कधीचे
त्या हिरव्या कुरणात

५. उजेडाची फुले

वेढते दशदिशांनी
अथांग काळे काजळ
अथक जिद्दीने त्यावरी
लख्ख तेवते दीपमाळ

बरसतात चहूबाजूंनी
अंधारफुले सणसण
झळाळे तेजरस
उजेडाचा कणकण

दूर काही प्रकाशवर्षे
तुझे उष्ण किरणसर
आगझळीतून प्रसवे
निळ्या नभाचा स्तर

निळ्या नभाच्या खाली
जळ निळेच होऊन जाते
असे एकरूप होताना
हिरवे अप्रूप गाते

किरणांचे रंग झिरपून
फुल-वेलींना रुजवते
अशी उजेडाची फुले
अंधारफुलां खिजवते

तुझ्यासवे लखलखताना
हे नक्षत्रांचे सजणे
मन तेजाळून उठताना
मिरविते प्रकाशलेणे...

❐❐

६. चंडोल

चिमणीएवढ्या आकाराचा
चिमणीसारख्या रंगाचा
आत्ममग्न ढगाचा
सूर आत्मरंगाचा

गोड कोवळ्या उन्हामध्ये
आनंदाने झुलणारा
सुंदरतेला साद घालत
सूर मंजूळ गाणारा

कोण हा इवला तान्हा
उन्मनी होऊन गाणारा
हा तर चंडोल इवलासा
आनंदे विहरणारा

कसला त्याला आनंद झाला
कुठून हा आनंद आला
प्रश्नगुंता मनात उठला
सोडविल का चंडोल अपुला

आनंद त्याच्या तृप्तीचा
की विरागी वृत्तीचा
निसर्गदर्शने झालेला
की स्वअस्तित्व जाणिवेचा

दुःख माहीत नसण्याचा
की पालव दुःखाला घालण्याचा
काहीच थांग लागेना
का स्वच्छंदी आनंदी हा

पण गाणं त्याचं आनंदी
आनंद वाटत फिरणारं
गोड अनोख्या सुरावटीचं
गाणं रुणझुणणारं

❑❑

७. गवाक्ष

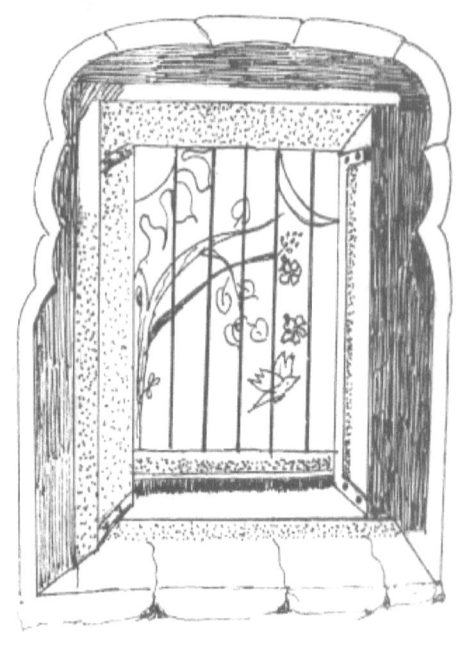

जाई जुई मोगऱ्यासंगे
हे सुगंधवेडे गवाक्ष
पारिजात मुक्त उधळून
घाले तळात नाजूक लक्ष

चंद्र चांदण्यासंगे
हे चांदणवेडे गवाक्ष
जाळीदार चंद्र कवडसे
रेखते रुपेरी नक्ष

आदित्यचक्षूच्या संगे
हे प्रकाशवेडे गवाक्ष
झळाळ सोनकांतीचे
झेले किरणांचे अक्ष

निळ्या नभाच्या संगे
हे भरार वेडे गवाक्ष
उत्सुक लांघण्या क्षितिजे
निळा चिमणासा पक्ष

❑❑

८. चांदरात

श्रांत शिणलेला जीव
पाठ टेकून पलंगी
झरोक्यातून चांदवा
हळू डोकावून पाही

पिंपळाची सळसळ
नादावली मनोमनी
जाणिवे नेणिवेपार
होती स्वप्निल जगणी

पानजाळींतून सांडे
जाळीदार चांदलेणे
गौर अंगावर कोरले
चंदेरीच झिरमिळे

खेळ सावल्या चंदेरी
धुंदावल्या तनीमनी
अचंबून पाही कसा
दिसे मधाळ साजणी

अंगावर थिरकली
चंद्रचंचल नक्षी
ओठांनी टिपण्याची
वेचण्याची असोशी

रंगलेली चांदरात
पार अवीट गोडीची
चव रेंगाळत राही
दाट आटीव दुधाची

□□

९. अबोल ऋतू

पूल उभा प्रतीक्षेत जिवलगांच्या भेटीसाठी
आशेची स्फुल्लिंगे जागवत डोळ्यांनी मिटी मिटी

धूसर धुक्यात बाहू झेपावत दोन्ही किनाऱ्यांकडे
खोल आतड्यातून अनावर ओढ— शब्दांवाटे ओठांकडे

कधी एकच किनारा दिसे खूप दूर ह्या अल्याड
आणि दुसरा भयानक दूर— पार दृष्टीपल्याड

कधी एकाच बाजूला भासत किनारे दोन्ही
पण हाकही ऐकू जाणार नाहीसे आवाक्यापल्याड

थकल्या डोळ्यांना न गवसणारे किनारे
निराशेच्या गर्तेत कोसळू पाहणारे मिनारे

आणि खाली वेगाने वाहणारं काळाचं पाणी
दर क्षणी काही घेऊन येणारं काळाचं पाणी

दोन्ही काठांना सहज जोडून घेणारं काळाचं पाणी
आणि त्यांना क्षणात सरड्यासारखं बदलणारंही काळाचंच पाणी

पण ह्या बदलाने न बदलणारा पूल आणि
'काठ पुन्हा बदलतील' ह्या वेड्या आशेवर पूल

मावळतीला काठांवर झेपावणारा पूल
संध्याकाळी आशेचे रंग उधळणारा पूल

रोज नवी क्षितिजे रोज नवे नवे ढंग
हताशपणे पाहतो रोज नवे नवे रंग

रोज रंगीन होत विरणारे आशेचे कच्चे रंग
क्षणात विरणारे अगदीच अगदीच कच्चे रंग

निराश निराश होत पूल आता गंजलाय
किनाऱ्यांवर झेपवणाऱ्या बाजू आक्रसून बसलाय

खालचं वेगानं वाहणारं काळाचं पाणी हाकारतं
त्याच्यात सामावून जाण्यासाठी खुणावतं

मातीचीच आहेस— सहज विरघळशील
आशा आकांक्षांच्या बंधातून मुक्त होशील

पूल आता का... ही बोलत नाही खूप शां...त शां...त असतो
मात्र खूप खूप काही बोलतात पुलाचे हे अबोल ऋतू...

॥

१०. चिंब पाऊस भेटावा

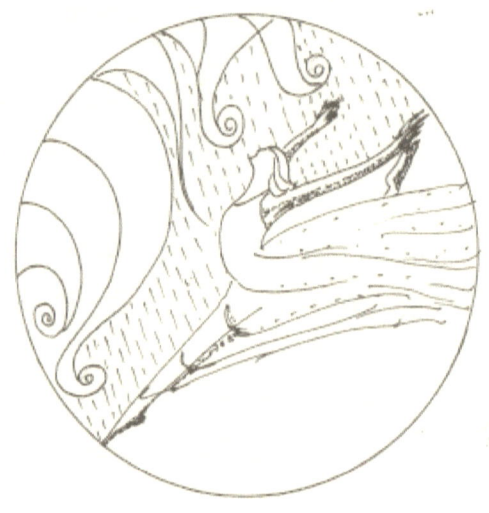

तप्त आतूर मातीचा
मृद्‌गंध पसरावा
मंद मंद गंधाळला
चिंब पाऊस भेटावा

वाऱ्यासंगे लहरत
झाडे माडे डोलवित
बेफाम उधाणला
चिंब पाऊस भेटावा

काळ्या मोकळ्या केसांत
मोती गुंफित गुंफित
धुंद शृंगारी साजण
चिंब पाऊस भेटावा

हिरव्या रंगाचा रुजवा
घाली सहज साजिरा
असा सृजन सखया
चिंब पाऊस भेटावा

पाणतळी दर्पणात
नभ पाही रूप त्यात
नभ धरेला भेटत
चिंब पाऊस भेटावा

धुंद फेनिल धूसर
चिंब ओला रानोमाळ
असा झिम्माड झिम्माड
चिंब पाऊस भेटावा

नि:शब्द लय संगीत
झिमझिमे तालसूरात
मनमुक्त निनादत
चिंब पाऊस भेटावा

डौलदार थिरकतो
हिरवा पानपिसारा
नव्या रूपात न्हाऊन
चिंब पाऊस भेटावा

ओला चिप्पाट पाऊस
पुन्हा परतून यावा
जाणिवांचा दाह फार
थंड शांतवून जावा

झाले ओढाळ का मन
पुन्हा येणार का पाऊस?
डोळ्यांतून सरसर
नवा ढाळावा पाऊस ...

११. हिरवे विसावे

माझ्या शहरातले
हिरवे विसावे
केले जातायत
जमीनदोस्त
म्हणे कुणी एक
मस्तवाल पोळ
झालाय बराच
उन्मत्त

दडपशाहीला
पडतो बळी
बचावतो कातडी
ठेवून देवावर भिस्त
पर्यावरण अभ्यास
शिकवा मुलांना
कोर्टाचा तर आदेश
आहे सख्त

□□

१२. पाऊस उन्मळून आता

कडेकपारी वेढून
कसे मस्त मलंग
नि:संग फकीर जसे
धुक्याचे प्रांत अळंग

खोल दऱ्याखोऱ्यातूनी
प्रपात हुंकारतो
जाईजुईचे श्वास नि
पारिजात दरवळतो

एवढ्यातच काय असा
डाव उधळून जातो
पाऊस उन्मळून आता
अंतरात उभा कोसळतो

१३. सूर्य चारोळ्या

भाळावरती दिवसाने
सूर्य माळलेला
नसानसांतून रंध्रांमधुनी
संजीवन रसरसलेला

मी भिऊ कशाला
कभिन्न सावलीस द्वाड
आहे वळचणीस उभे
तेजाळ उजेडाचे झाड

घनदाट सावली
निबिड रान
आभास सावली
प्रकाशाचे भान

दोन उन्हाची झाडं
सावली व्हायला सरसावली
सावलीऐवजी त्यांनी
ठिणग्यांची फुले माळली

१४. इतक्या काळानंतरही काही निखारे

इतक्या काळानंतरही काही निखारे
सुलगलेलेच आहेत आत...
कसला एवढा अजून धूर येतोय,
काय एवढं जळतंय आत?

वेळच्या वेळी न विझलेल्या आगीत
काय काय जळून खाक झालं...
भ्रमाच्या इमारतींचे इमले?
स्वप्नांची आसुसली गावं?

वाहत्या नदीसारखं प्रवाही जीवन
किनारे भिजवत पुढे पुढे गेलं
त्याचं तिचं गाव मागे पडलं
खूप खूप मागे राहिलं...
मन सहजी स्वीकारत नव्हतं

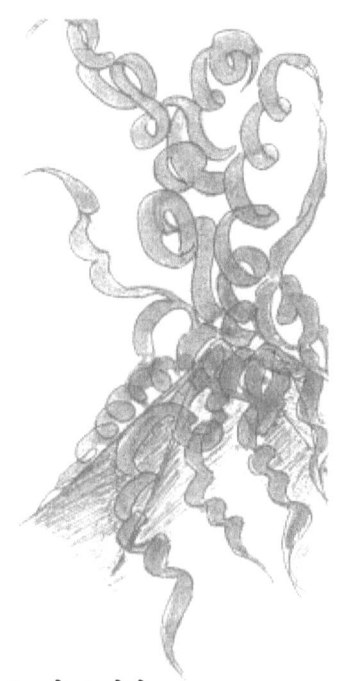

भावनांनी ओथंबलेले क्षण
त्या त्या क्षणांशीच ओठंगले फक्त
निसटून गेले पाऱ्यासारखे
पुन्हा न येण्यासाठी फक्त!

इतक्या काळानंतरही काही निखारे
सुलगलेलेच आहेत आत...
कसला एवढा अजून धूर येतोय,
काय एवढं जळतंय आत?

❑❑

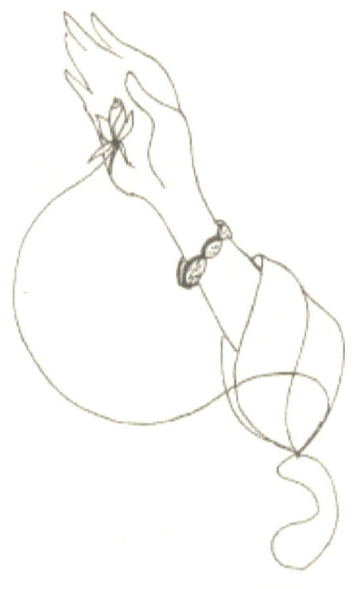

१५. माझी मनकविता

दशदिशा शोधिता फिरता
भेटे न वणवण हिंडता
पाऱ्यासम निसटू पहाते
माझी मनकविता

मग ढांढोळा घेताना
अंतरंगी पाहताना
मनबनात माझ्या दिसते
माझी मनकविता

हटून दडून बसते
निदिध्यास तिचा घेता
किती आढेवेढे घेते
माझी मनकविता

अवचित उभी ठाकते
चंद्र चांदवा दिसता
सहजपणे झुळझुळते
माझी मनकविता

तिरमिरीत उफाळून येते
काही जिव्हारी लागता
मन कातळ फोडून येते
माझी मनकविता

ती मनस्विनी चंचला
जिवलग स्नेहांकिता
हरवून पुन्हा गवसते
माझी मनकविता

❒❒

१६. रणरण उन्हात

रणरण उन्हात
चमचमते रेत
तप्त झळाळे तेज
वाळवंटी...

रणरण उन्हात
मणमण ओझे
रुते पाऊल खोल
वाळवंटी...

रणरण उन्हात
अंगांग पोळे
व्याकुळ तृष्णा
वाळवंटी...

रणरण उन्हात
भिरभिर नजर
सावली शोधे
वाळवंटी...

तलखी जीवाची
सलगी वाळूची
पोळती पाय
वाळवंटी...

रणरण ऊन्हात
चमचम पाणी
मृगजळ पुन्हा
वाळवंटी...

१७. मृगजळाच्या आभासांनी

मखमली हिरवळीची
पायवाट बहरावी
सुकोमल रंगफुलांची
बहराची बाग फुलावी

चंद्र हरवून गेला
आभाळ सुने झाले
चंद्रस्वप्नांचे प्रदेश
वाळवंट व्यापून उरले

रखरखते कोरडे शोष
तलखी अष्टौप्रहरी
सुन्न उन्हाच्या उरल्या
भरमसाट दुपारी

धरणीच्या गर्भात मुळे
शोधती ओल खोल खोल
काटेरी निवडुंग मिरवतो
रंगफुलांची झूल

बगीचा असा फुलला
बाग तरीही फुलली
मृगजळाच्या आभासांनी
आग पेटती उरली...

१८. रूप सागरी विराट

रूप सागरी विराट

लाटा झुंडींनी सलग

सान मंदिराचा सखा

हा किनारा जिवलग...

ओला स्वप्नाळू रस्ता

अबोल मुग्ध चढणीचा

दाटे कल्लोळ अंतरी

कुण्या काळच्या स्मरणांचा...

□□

१९. फिनिक्स

तरारेन पुन्हा राखेमधुनी
विजीगिषुवृत्तीने
झेपाविन उंच नभांगणी
फिनिक्स पंखाने

थांबवा आता वेडे चाळे
मुकशील आनंदलेणे
ह्या हृदयीचे प्राण घातले
तव हृदयी प्रेमाने

कृतघ्नपणाची परिसीमा तू
गाठलीस स्वार्थाने
घडलास माझ्यामधुनी तू
काय विसरलास माझे देणे

ह्या सृष्टीचे चक्र मानवा
जाणतो मी जुने
का उगाच ऊर बडविशी
प्रगतीच्या नावाने

तरी सांभाळ आता मनापासूनी
संचित हे सृष्टीचे
दे मजसी पायसदान
जपून हिरवी कुरणे..

❏❏

२०. कांचनाचे झाड

कांचनाच्या झाडावरती
लक्ष हिरवी पाने दुपानी
वाऱ्यासंगे हलते झुलते
सळसळणारे झाड रानी

फांद्याफांद्यांनी लगडले
ओंजळींचे लक्ष तळहात
रे तुझ्याचसाठी लुटणारे
पंचतत्त्वांचे दातृत्व

अस्तचली क्षितिजावरती
रंगगहिरा किरणोत्सव
मिटून घेती नमस्कारे
लीन सशरण लाघव

□□

२१. उतराई

काळीज पिळवटून टाकणारा
विव्हल आक्रोश ऐकू येतो...
कुऱ्हाडीच्या प्रत्येक घावाने
एकेक वृक्ष घायाळ होतो

वर्षानुवर्षांच्या तपःश्चर्येचा
दाखला देतो... शपथा घालतो
मदतीची, करुणेच्या सावलीची
एकेक वृक्ष याचना करतो

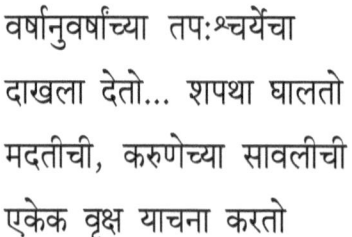

ज्या झाडांनी आजवर दिली सावली
तीच मागती आज सावली
कळेना मला आता तयांची
मी होऊ कशी उतराई...

❐❐

२२. अखंड सोबत अशी निरंतर

अखंड सोबत अशी निरंतर
नको पुन्हा ते कुठले अंतर

असाच हाती हात तुझा जर
काय दऱ्या मग कुठले अंबर

घालून विळखा कमरमिठीचा
अर्धोन्मीलित उन्मादी नजर

भैर उन्हाचा जाळ कडाका
वाटे शीतल चांद विभोर

असे उधाणले उफाणले जळ
गाज तयांची श्वासांचे स्वर

क्षण ऐसे मग स्वैर विखुरले
खळ्कन् फुटता झुलते झुंबर

कसे पचवावे सांग जरा मज
मनविकल्पांचे कडवे जहर

क्षितिजी फिरतो थवा खगांचा
शोधित हिरवे रान बहर

चल वसवू चल बन वेळूचे
निळ्या नभातळी पाचूचे घर

□□

२३. अनवट सूर

नीरवतेला
भेदून येतो
मऊ मुलायम
अनवट सूर

बावरलेल्या
खुळ्या मनाने
धीर धरावा
अधीर तोवर

हिंदोळताना
उंच झुल्यावर
तूच सखया
तिजला सावर

भ्रम मायेचे
तुटले फुटले
गरगरली ती
येऊन भूवर

२४. दोलायमान

हे खूप आतलं
हे मनातलं
हे कुटुंबातलं
हे भोवतालंच...

हा घुसमटून घेरणारा
अंधार
निराशेचा...
तरी भेटणारे
आशेचे
प्रकाश कवडसे...

उत्फुल्ल आकांक्षा
नि
घोरनिराशेचा
दोलायमान
लंबगोलक असे...

□□

२५. समुद्राच्या मुद्रा

अथांग अनंत वाळवंट ओलांडून
तहानलेला क्लांत
पोचतोय तुझ्या किनारी श्रांत
तुझं रूपच तहान शमवणारं
निळावंत लोभस मधुर
होतोय मनोमन सुखावत शांत

माझ्यातल्या सागराने, लाटेच्या ऊर्मीने
किनारा भेटण्याच्या उमेदीने
आणलंय मला तुझ्यापर्यंत
पण पाहिलं तर काय—
अवघे क्षार मुरवून
झालाय तू निव्वळ खारट

किनारा गाठता गाठता
तुझं सारं मधुरपण
बसलास गमावून तू
किनारा गाठे गाठेतो
साऱ्या लाटा पुन्हा परतवून
पोटात घेतोस तू

चिंब भिजे भिजतो
सावधपणे हात आखडणारा
अस्पर्शी राहणारा तू...
तुझ्यासारख्या विराटाची ही कथा...
मग माझ्यातल्या समुद्राच्या मुद्रासुद्धा
अधिकच कानकोंड्या होत
लाटा परतवण्याच्या मागे

मी पुन्हा वाळवंटाच्या आश्रयाला,
पुन्हा तहानलेला...
नव्या सागरांचे नवे किनारे शोधत...

☐☐

२६. कोलाज

एखाद्या प्रसंगाचा अर्थ
किती ढोबळपणे लावतो आपण
'त'वरून ताक भात आणि
सुतावरून स्वर्गच गाठतो आपण

कुत्सितपणे लेबलं चिकटवणं
सोप्पंच असतं अगदी
आम्हाला सोप्याच गोष्टी भावतात
अवघड गोष्टींची नकोच असते तसदी

प्रसंगाच्या तळाशी जाण्याचं
काहीजणांनाच जमतं
आणि ते जमलं तरी तळ गवसेल
अशी कोणी खात्री का देऊ शकतं?

एखादी गोष्ट शोधताना
काही हाती लागतं....
आणि तेच खरं आहे, अंतिम आहे
म्हणता म्हणता वेगळंच काही पुढे येतं...

ज्याचा जसा असेल
आयुष्य पाहण्या-वाचण्याचा अंदाज
तसंच आविष्कारतं मनात
ह्या कागदी आयुष्याचं कोलाज!

❑❑

२७. अंतर्यामीची वादळं

अंतर्यामीची वादळं
नाही दाखवता येतं
तडफडते दुःख
नाही ओठी येत

विचारांचा बोभाटा
नाही करता येत
उत्खननाची लक्तरं
नाही टांगता येत

मन कसं सारखं
शत्रू होऊन छळतं
अष्टौप्रहर जसं
गळू ठणकत राहतं

मनाच्या कुरुक्षेत्रात
असा सततचा ताण
लिप्ताळा सोडवायला
नाही राहत त्राण

चिरफाडीचा वसा हाती
संवेदना अंतर्मुखी
कळून घेण्याची निकड नाही
तेच सारे सुखी...

❑❑

२८. असंच होतं नेहमी

कोणत्या स्वप्नातून आली जाग
ते काही आठवत नाही
पुन्हा म्हणून झोप मात्र
डोळ्यांत उतरत नाही

बरंच आहे एका अर्थी
की काही आठवत नाही
अज्ञानात सुख खरंच
की त्रास होत नाही

अशा नीरव क्षणी
आयुष्याचा उलगडतो पट
विस्मरणाचे वरदान हवे
नको पुन्हा स्मरणे बिकट

रंध्रारंध्रांतून अपार थकवा
खोल खोल मुरत जातो
जडशीळ करत करत
पार बांधूनच घालतो

बुब्बुळांची सूक्ष्म थरथर
पापण्यांआडच्या अंधारात
विरलेल्या खुळ्या स्वप्नांचे
लखलख तुकडे शोधतात

एक तृतीयांश आयुष्य
असंच तर जातं
कधी स्वप्नांच्या सुखात तर
कधी सुखाच्या स्वप्नात हरवतं...

❐❐

२९. निगेटिव्ह

क्षण होते टवटवलेले
स्वानंदाचे फूल उमलले
उन्मेषाचे कारंजे उडले
सुंभ जळाले तरी पीळ उरले

जलधारांच्या लहरी लाटा
कांक्षांचा होता बोभाटा
स्वप्नांमधल्या वळणवाटा
रानसावल्यांचा सन्नाटा

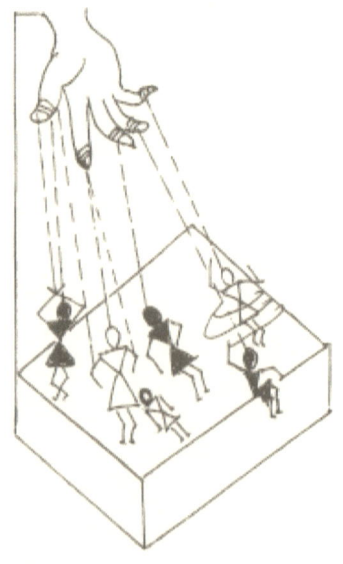

मंजिऱ्यांचा फुले मोहोर
गंधाळले भास मनोर
पदन्यासांचे मोर बिलोर
भिववणारा काळ भोर

गडकोटांच्या भिंती उंच
दिसत राहतो फिरता मंच
फिरून फिरून तीच पात्रं
बदलत राहतो फक्त संच

शोधूनही सापडत नाही
काही दिसेना रिलेटिव्ह
गोळाबेरीज हाती नाही
उरतात नुसत्या निगेटिव्ह...

३०. हव्यासाची गिधाडं

निद्रिस्त हव्यासाची गिधाडं
पुन्हा टक्क जागी झालीएत,
तजवीज चालू आहे अव्याहत
ती न झोपावी ह्याची...

जुन्या नव्या आवश्यक गरजांबरोबरच
बाजार नटून बसलेत— भुलवायला
नव्या नव्या अनावश्यक गरजांचीही
बुजगवणी लागलीत फेर धरायला

जाणिवांचे तुटताहेत लचके आणि
अस्तित्वाच्या मुळांवरती घाव
आमचं माणूसपण हरवतंय
आणि जिवावरती बेतते हाव

हव्यासाची गिधाडं भाग पाडताहेत
जिवंतपणाची लक्षणं सारी मृतवत् व्हायला
माणूस संपवणारे दिखाऊ सोहळे
हवेत हद्दपार करायला...

□□

३१. स्वप्नलोक

स्वप्नलोकातले तपशील
परिचित अपरिचित
भावनिक समृद्धीचे
अनुभव अनपेक्षित

गूढ प्रकटणारं पूर्वसंचित
भविष्याच्या चाहुलींचा विकोप
नवनवीन प्रतिमांचा
सरमिसळ कॅलिडोस्कोप

दबलेल्या अनुभूतींचे नाग
विखारी स्वैर मोकाट
रगेल रंगेल मस्तीचे
मनमुक्त सैराट

अतिसूक्ष्म असंबद्ध
कधी ढोबळ निकोप
जगण्याशी कधी संवादी,
तर कधी विसंवादी बायस्कोप

कुठल्या काळ्या डोहातून
वर येतं आपोआप
स्वप्नलोक छेदून भिरभिरत
विरघळतं निळ्या अवकाशात
की—
गडपतं कुठल्या कृष्णविवरात...

□□

३२. ह्या इमारतीतलं...

ह्या इमारतीतलं
माझं घर
म्हणे कित्येक झाडं
कापून उभारलंय...
त्या उद्ध्वस्त झाडांच्या
कलेवरांवरच
म्हणे आम्ही
आयुष्याचं सुखचित्र उभारलंय!

३३. माझे 'मी'पण

माझ्या 'मी'पणाची नदी लहरी
आहे खूप खूप गहरी...
खडकाळ वाहताना वाटेवरी
काठांची तिला साथ दुहेरी

काठांवरचे हिरवे हिरवे
गर्द सारे रान सभोती...
तरी माझ्या नसानसांतून
तहानलेले आर्त वहाती

रोमरोमांत माझ्या
विरघळणारे सारे साक्षात...
असे सारे सामावताना
मी दिमाखी वळणात

काठांवरच्या वस्त्यांमधुनी
का आक्रोशांचे काहूर?
काळजाचे होते पाणी
ओठंगले डोळ्यांत पूर...

❐❐

34. Wevelengths & amplitude

किती जुळल्या होत्या
विचारांच्या तारा...
आणि जुळला होता
सूरही नेमका सारा

जुळल्या होत्या अवघ्या
दोघांच्या wavelengths...
पण amplitude
थोडा ठेवून होता length

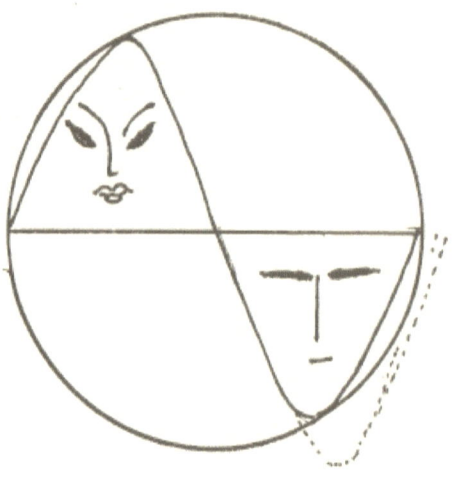

थोड्याश्या ह्या फरकाने
बिघडवला त्यांचा sense...
आणि मग विरू लागला
प्रेमगहिरा essense

frequency बदलत बदलत
विलोपली स्वरमधुरा...
आणि सूरातला आवाजही
होऊ लागला बेसूरा

वैतागाच्या तुफानाला
आवेगाचा फणकारा
पुन्हा आता नव्या दिशा
बदलू लागला वारा...

□□

३५. देहफूल कापसाचे

स्पर्श लपेटी विळखा
वृक्षवेली लगटता
नजरेत ओढाळता
लाघवीच प्रेमळता

लाल डाळिंबी ओठांचे
दळ टपोरे बेभान
मऊ मखमली स्पर्शाचे
नवनीत चाखण

श्वासगंध मंद मंद
तरळला लपेटून
उष्ण लाटा उंच उंच
उचंबळती उधाण

शारदीय चांदण्याची
बरसात सरसर
मण्यांमागून मण्यांचे
ओघळती मणीसर

□□

३६. चंद्र चारोळ्या

आसरा चंद्राचा शीतल शर्वरी
मनीं उफाळतात अनंग ऊर्मी
चातकी आस घेतला ध्यास
का वाटे हवा स्वप्नील सोस...

चांद रातीचा नभात उधळी
चांदणे टिपूर
रस चंदेरी तृप्त पिऊन
रुणझुणतात नूपुर

मावळतीला क्षितिजाकाठी चंद्र
पुनवेचा म्लान थकलेला
तहानलेला तृषार्त सूर्य
पुन्हा पूर्वेला उगवला

लखलखीत हसले, तेजाळून उठले
काजळातले चंद्र
किणकिणले कंकण हिरवे
लोभावला रवींद्र

३७. मुकी मुकीच आर्तता

मुकी मुकीच आर्तता
सूर होत वाहते...
शब्दाविण अर्थ सर्व
नेटकेच मांडते

रोमांचून फुलताना
कळी कळी बहरते...
ओंजळीतल्या फुलांचे
गंधकोष अर्पिते

तुझ्या नजरभेटीचे
क्षण विलक्षण साधते...
भाळी रेखल्या टिळ्याची
भाग्यखूण शोधते

उल्हासित कांक्षांचे
नाद ढोल नादते...
गीत मदीर वाऱ्याचे
वेळूबनी वाजते

असे काही अनावर
लाटांनी झेपावते...
आरपार भिजवुनी
चिंब चिंब वेढते

परतून जाता लाट
नि:शब्द ती हबकते...
पायतळी वाळू जशी
झरझरा सरकते...

□□

३८. आला पाऊस

आला पाऊस पाऊस
गंध मातीचा लेऊन
पुन्हा नव्याने मनात
किती ठेवू साठवून

आला पाऊस पाऊस
पंख वाऱ्याचे लावून
स्पर्श वाऱ्याचा शीतल
कसा ठेवावा भरून

आला पाऊस पाऊस
पानपिसारे न्हातात
रंग हिरवे श्रीमंती
किती साठवू दिठीत

आला पाऊस पाऊस
चाळ बांधून पायांत
मुग्धपणे श्रवणावे
नादमधूर संगीत

आला पाऊस पाऊस
चिंब भिजवून पार
कसा ओसंडून वाहे
तळ मनाचा अपार...

◻◻

३९. केतकीचा रंग तुझा

केतकीचा रंग तुझा
झळाळतो सोनकळी
तरतरीत नासिका
इवलीशी चाफेकळी

विलगून हसताना
लाल डाळिंबी अधर
लड मोत्यांची सुरेख
खिळवी टक नजर

किरमिजी किरणांत
जाळीदार ओढणीत
तेज रूप प्रकाशते
केशरी झगमगीत

रूपदर्शन वेल्हाळ
जीव घायाळ घायाळ
बोल पेरती साखर
गोड लाघवी मधाळ

लाडीगोडीची आर्जवे
हार बाहूंचे गळ्यात
नाही कसे म्हणू तुला
झाले आर्जव हे जड...

☐☐

४०. पुन्हा ऐकायचे गीत पावसाचे

पुन्हा ऐकायचे
गीत पावसाचे,
वाचायची अक्षरे
सार्थ कोरलेली...

पडघम ढगांचे
प्रतिबिंबे विजेची,
निरखायची थेंबांत
दिप्ती प्रकाशलेली...

हुंकार हिरवे
तृप्त पावसाचे,
तृणपात्यांची नक्षी
स्वैर रेखलेली...

नेमेचि तो येतो
एवढे काय त्याचे,
कहाणी काही सांगे
नवी जन्मलेली...

४१. पाऊस...पाऊस

अख्ख्या कोरडेपणावर मात करत
पुन्हा पुन्हा बरसणारा
आवेगी पाऊस

लुप्त सरस्वतीला आतूर शोधत
इथे तिथे घनघोर बरसणारा
तहानलेला पाऊस

सहस्त्र धारांनी बरसत
सहस्त्र पात्यांनी रुजणारा
सृजनशील पाऊस

सूर्याचे सारे तप्त रंग पिऊन
फक्त शांत हिरवेपण मिरवणारा
दिमाखदार पाऊस

आणि त्या हिरवाईतून पुन्हा
तप्त सप्तरंग पिण्यास सज्ज होणारा
उन्मेषी पाऊस

❑❑

४२. आठवणींच्या प्रदेशात

आठवणींच्या प्रदेशात
खोल डोकावून पाहिलं
पण नाहीच काही सापडलं
वाचवण्यासारखं...
...जाणवली ती फक्त
स्मशानशांतता...

नात्याच्या पुनरुज्जीवनाचे
नाही ऐकू आले कुठले
पडघम...
नाही भिडत काही
थेट हृदयालागी...
...उलट हा सन्नाटाच
मोहर उठवतोय...
तुटलेपणावर...
❐❐

४३. अशा सरी...
अशा सरी

अशा सरी... अशा सरी
ना जमीन ना आभाळ वर्
धरतीच्या ओंजळीत
अमृताच्या ओंजरी

शुभ्र धारा हिंदोळीत
वारा घेई भरारी
दीप्तिमान झळाळीचा
अंधार भरला सभोवरी

आडमुठ्या आठवणी
वाहतात उरांतरी
उसवून प्राण आज
सैरभैर दिशांतरी

थिजलेल्या प्रलयक्षणी
शोधितसे नाव तरी
नोव्हाची नाव हवी
अशा आकांत प्रहरी

तरी नजर शोधतसे
एखादा तारा वरी
दूरस्थ नक्षत्र वाटे
जवळचे आज तरी

४४. कोसळत्या आषाढसरींनी

कोसळत्या आषाढसरींनी
विझते ज्वालेची आग
फोडून कातळ सातेरी
आले वारुळातले नाग

हा वारा सैरावैरा
अन् भिरभिरता पाचोळा
विस्कटतो रांगोळीला
अशा गहिऱ्या सांजरवेळा

आभाळझेप घेणारा
गुलमोहर बावरलेला
पाकळ्या लाल सांडून
करी अरण्यरुदनाला...

❏❏

४५. पावसाच्या भरात

अपरंपार स्मृतींचा
कोलाहल दाटलेला

साक्षीने पावसाच्या
अतोनात एकवटलेला

पावसाच्या भरात
आठवणी वाहतात

सरींच्या आडोशात
निमूट झरतात...

□□

४६. चौफेर शुभ्र धारांनी

चौफेर शुभ्र धारांनी
बरसणारा पाऊस,
साऱ्या वाटा संपवून
कैद करणारा पाऊस...

निमिषभर स्तब्ध होऊन
स्वतःत डोकावून पाहायला,
विश्राम करायला
भाग पाडणारा पाऊस...

झालं गेलं गंगेत नेऊन
नव्या उमेदीचा हात देणारा,
नको ताप करून घेऊस
'मी आहे नं' सांगणारा पाऊस...

डोळ्यांतले थेंब धारेत सामावणारा
नवं काही रुजवूया,
नवी समीकरणं मांडूया—
उमेदीची आशा दाखवणारा पाऊस...

असा मनभर निनादत
आकाश माझ्या दारी रितं करणारा पाऊस...

आज आकाश माझं आहे
मीच जणू आकाश आहे,
साऱ्या वाटा मुक्त करणारा
सोबत माझा पाऊस आहे...

❑❑

४७. पानपिसारे

उलगडले पानपिसारे
तकाकली रानात पाने

लतावेलींचे संभार झुलता
हिरवे भरते उधाणले

बहरलेल्या वृक्षतळी
गंध सारे भरून प्यावे

सुकुमार गंध फुलोरे
ओंजळी भरभरून घ्यावे...

४८. दुरावे

ओढीच्या जोरगतीने
सवे संगती निघाली
सारीच हाराकिरी
तोडून पाश जिव्हाळे

आभाळ मागते आज
लखलखत्या क्षणांचे प्रकाश
कसे दाखवावे त्यास
अंतरातले उजळ निराश

विव्हल काळा काळ
मन-आकाशी थिजलेला
हिशेब द्यायचे असे
नव्हते ठाऊक तिजला

दिशाच वितळून गेल्या
अन् पाखरे सैरभैर
धगधगत्या विखारांचे
मनी पेटती अंगार

दाखवावे कुठून कसे
प्रीतीचे ठोस पुरावे?
अंतरातल्या अंतराने
क्षणात झाले दुरावे...

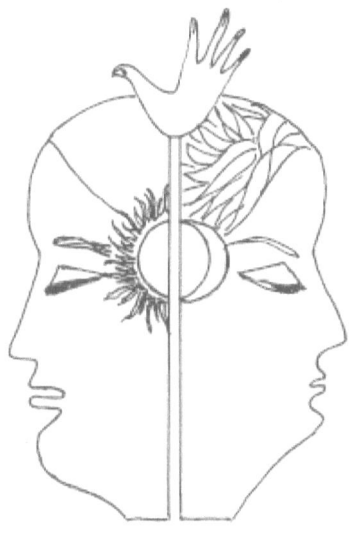

४९. अस्वस्थ अंतरंगी

अस्वस्थ अंतरंगी
मोरपीस आंधळे
पिसे पांघरून बसले
स्वप्नांचे मोर निळे

न कुणास काही कळले
का कोमेजून फूल राही...
का अदृष्ट संवेदनांनी
पारिजात बहरला नाही?

वास्तवाच्या कठोर वाटा
उरात धगधगे आग
कणखर नेट रेटीत
सहज काढले माग

कवेत घेता काळोख
लखलखले उल्कापात
सारे अर्थशून्य भासे
अनुभवता असे उत्पात...

५०. ऋण

निःशब्दपणे नभीं उगवला
रजनीनाथ पूर्ण
अवतरलासे श्वेतकेत
साक्षात होत मूर्त

ह्याची देही ह्याची डोळा
अपूर्व तो नयनसोहळा
कुपीत मनाच्या जपून ठेवला
अनुभव तो आगळा

किती देखणे ऋण घातले
माझिया दिठीत
आनंदकंदा– हे मुकुंदा,
फेडू कसे हे न ज्ञात

❑❑

५१. आणखी एक संध्याकाळ

आणखी एक संध्याकाळ
माझ्या सोबतीला येणारी
माझी सावली लांबत लांबत
पुन्हा माझ्यात सामावणारी

...हेही एक बरं आहे सूर्याचं
दिवसभर दाहक चटके देतो
जाताना मात्र मन हळवं
आणि कातर करतो...

...आभाळभर रंग पखरून
जिवाला चटका देऊन जातो
आणि मग उतारा म्हणून
माझी सावली मला भेटवतो...

...उद्या पुन्हा सूर्य उगवेल,
माझी सावली माझ्यावेगळी करील...
एकट्याने सोसण्याचे कठोर धडे
पुन्हा पुन्हा देत राहील

...तरी भर उन्हात
सूर्यापासून लपत छपत
माझी सावली...
माझ्या मागे-पुढेच राहील...

...आणि अबोल मुकी साथ करत
माझं धैर्यबळ वाढवत राहील...

◻◻

५२. व्यूह काटेरी रानांचे

चालता चालता वाट
एक वळण लागले
वळण ओलांडताना
सारे मागुते राहिले

काळजात थिरकत
नाच कारंजे नाचले
नवी नवी नवलाई
लाल गुलाब अंथरे

मखमली गुलाबात
तीक्ष्ण काटे टोचले
चंद्र डोळ्यांचे डोहात
काठोकाठ तुडुंबले

दिसे वळण पुढले
पडे पाऊल अधीर
पलीकडे वळणाच्या
खाचखळगी उतार

चालता डोंगरवाट
घनदाट उतरण
गेला तोल सावरता
वाढलं काचकंकण

काचा पेरीत पेरीत
पुढे तशीच सुसाट
व्यूह काटेरी रानांचे
सहजच ओलांडत

साऱ्या वळणांवरती
असे काही पालटले
किती काय निसटले,
किती काय गवसले

क्षणोक्षणी वळणांचा
कुणी हिशेब घालावा
उत्फुल्लित कांक्षांचा
घुमघुमला पारवा

पुन्हा भेटले वळण
पुन्हा वाट एकटीची
पुन्हा वाट बिकट
जशी भेटली मागुती

निराशेने घेरलेली
चकव्यात हरवली,
हतोत्साहित झालेली
वाट दमली भागली...

□□

८३. लागू नये अंदाज

लागू नये अंदाज माझा मलाच
अशी ती वेळ, असा तो अंधार
त्यात असा तो घनघोर पाऊस

अंधाराच्या भोर अथांगात
कराल विक्राळ घोर लाटांत
आपले आपण नाही सहज गवसत

एकवटून अवसान करावी पारख
तर भविष्यासारखाच घट्ट मिट्ट काळोख
फुत्कारत देतो मुर्दाड ओळख

अंधार पहात, अंधार ऐकत
अंधार पीत, अंधाराचा वास घेत
वेढलेल्या अंधाराला चाचपून असता पहात

भविष्यातल्या अंधाराला भेदत
भूतकाळ पाठलाग करतो
कल्पांतापर्यंत...

उगवत राहतं मनात काही बाही दुखरं
तळाच्या कोपऱ्यातून
क्षितिजापर्यंत....

❏❏

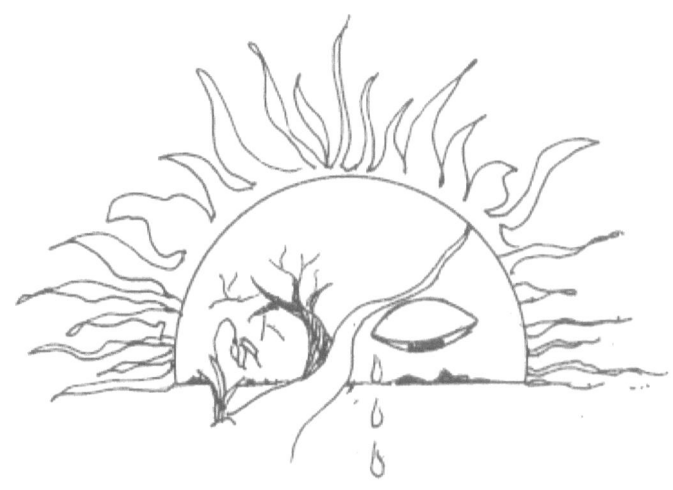

५४. कोरड्या नात्यांचे कोरडे सूर्य

माथ्यावरचा न मावळणारा सूर्य...
लसलसते अंकुर करपून टाकणारा सूर्य

मुळांलगतचा उरलेला ओलावा थोडा
तोही हवा हवा करणारा सूर्य

अख्खी सरस्वती लुप्त करणारा
हपापलेला आसक्त अधाशी सूर्य

कोरड्या वाट, कोरडे श्वास, कोरडे शब्द
कोरडे चेहरे, कोरड्या नात्यांचे कोरडे सूर्य...

⬜⬜

५५. स्थितप्रज्ञ

अवकाशातला सूर्य
तळपता तारा...
लवलवत्या आगीच्या ज्वाळा
उष्णता, प्रकाशाच्या स्रोत सारा
पृथ्वीवरच्या प्राणिमात्रांचा दिनमणी
साऱ्यांचं अस्तित्वच त्याच्यावर अवलंबून

अशा त्या दिवाकराच्या पृष्ठभागावरचे
काळे ठिपके म्हणे, अतिशय थंड प्रदेश!
विज्ञानाच्या पुस्तकातलं हे सत्य...
गंमतच आहे अगदी...

ज्वाळांची तुफानं अंगावर बाळगणारा
किती थंड असतो आतमध्ये...
स्थितप्रज्ञच जणू...!
सभोवतालच्या उत्पातांपासून
नामानिराळा राहणारा...
वादळाचा मध्यबिंदूसुद्धा म्हणे
त्याचा सर्वांत शांत भाग असतो- तसा!

भोवतालची तुफानं
कितीही उत्पात माजवणारी असली
तरी मनाचा मध्य सोडला नाही
तर सर्वच साधतं— शांती, आनंदानुभूती,
तुर्यावस्था इत्यादी!
नाहीतर सर्वच फसतं—
मिळतो फक्त अस्वस्थानुभव...

◻◻

५६. 'ताज'च्या घुमटांचे ताज

'ताज'च्या घुमटांचे ताज कोसळायच्या बेतात
आत्मसन्मानाचे ताज काळ्या धुराच्या लोटांत

बंदुकींच्या फैरीवर फैरी, माणसं होताहेत ठार
बॉंबस्फोटांनी होते उमदेपणाची हार...

आमच्याही मनातल्या इमल्यांची अशीच होते कोसळण
कोणत्या कोणत्या काळ्या धुरांनी प्रदूषित झालं वातावरण

उद्ध्वस्त होतं आमच्यातलंही कोवळं नाजुक काही बाही
इथल्या प्रत्येक स्फोटागणिक मनी जपलेलं बरंच काही

काळाच्या ओघात नाजूक भावना नष्ट होणं अभिप्रेत असतं
आम्ही मोठ्ठं होण्याचं तेच तर एक प्रूफ असतं!

काय खरं, काय खोटं ठरवण्याच्या नादात
भांबावल्या मनांची कबुतरं दहशतीनं निरर्थक भिरभिरतात...

'ताज'च्या धुराने वेढलेल्या धूसर घुमटाभोवती
उडणाऱ्या, गोंधळल्या कबुतरांसारखी...

❑❑

५७. बंध

हा चंद्र हा सूर्य
ही धरणी हे पाणी
हे नितळ निळे आभाळ
अन् वाऱ्याची मंजूळ गाणी

कोणत्या सहज योगाने
सारे सांगाती जमलेले
गुरुत्व आकर्षणाने
नक्षत्र तारे बांधलेले

परिक्रमा युगायुगांची
का नाइलाज बंधने होती
परिघाच्या रेषेवरची
सांभाळत युगांची नाती

विलयास जातील जेव्हा
हे अदृश्य चुंबक बंध
ते उन्मुक्त उधळतील
तोडून सारे संबंध

मीही बद्ध आहे
नश्वर जीवन वाहे
आशेचा एक किरण
हुकमाचा एक्का आहे

मृत्यू नावाचं द्वार
नियती राखून आहे
त्या तिथे सावरण्याला
चिद्रूपाचा हात आहे

तरीही...
ही पूर्ण मुक्तता आहे
की नवा बंध तिथला आहे...

□□

५८. आणखी किती 'वाली'...

आज वाल्या कोळ्याची बायको मला आठवतेय फार
...ती बाई म्हणूनही आज आठवतेय फार

जेव्हा तिला कळाले, वाल्याच्या
पापाच्या कमाईचे कुमार्ग
दिला तिने नकार साफ पापात वाटेकरी व्हायला
सोडून निघाली तरातरा त्याच्या वेगळे व्हायला

तेव्हा कदाचित तिचं वागणं स्वार्थी वाटलं असेल,
पतिव्रता धर्माच्या विपरीत वाटलं असेल...
पण तिच्या व्यवहारी आचरणानं, रोखठोक विचारानंच
वाल्याचा वाल्मीकी झाला, कालातीत महाकाव्याचा महाकवी झाला

त्यांच्या घरात आणखी पुढे वाली निर्माण झाला नाही

पण आजचं चित्र विपरीत आहे...
नवऱ्याच्या गैरकृत्यांना पाठीशी घालणारी बाई
झुंडशाही, पुंडशाहीवर पांघरूण घालणारी बाई
कायद्याचा दुरुपयोग करणारी बाई
राजकारणाचा बुरखा पांघरून कांगावा करणारी बाई...
आणि ती तर कुणाची आईसुद्धा आहे!

असले आदर्श (?) टीव्हीवर पहात
आणखी किती 'वाली' होऊ घातलेत,
ते फक्त पहातच राहणार का आपण...
अराजकाच्या प्रतीक्षेत फक्त दिवस ढकलायचे का आपण?

हाय! आरसा दाखवणारा निष्कलंक
कुणी धोरणी नारद उरला नाही
नि वाल्मीकी होण्यास उत्सुक कुणी
आम आदमीला नवा 'वाली' उरला नाही...

❏❏

८९. जाब विचारत त्वेषाने

जाब विचारत त्वेषाने पाऊस अस्सा बरसतो
नि शब्दांवाचून राग त्याचा पूर होत ओसंडतो
असा तसा इथे तिथे कोसळणारा पाऊस भेटतो
दरडावणाऱ्या गर्जना त्याच्या, खडसावत जाब विचारतो

म्हणे नको त्या कविता, नको मुग्ध काव्य
माझ्या बरसण्यावर नको काही श्राव्य
मला जे सांगायचंय, कळणारे का तुम्हाला
शब्दांत नाही पण कृतीतून करतो सव्यापसव्य

प्रलयाचे संकेत देतो तुम्हाला
विनाशाची सूचना देतो तुम्हाला...
पण समजून नाही घेत कुणी
मग लावतो हात डोक्याला

ऊर बडवून घेतोय तर मेघगर्जना
नि पडघम वाटतात तुम्हा सर्वांना तरी
बरसणारा पाऊस नव्हे मी, रडतो थेंबसरी
तर वाटतात तुम्हाला रिमझिम श्रावणसरी

माझा अश्रूंचा पाऊस नाही पोचत तुमच्यापर्यंत
मला रडण्याची मुभासुद्धा नाही ठेवली ह्या क्षणापर्यंत
हताशपणे मी फक्त कोसळतो त्वेषाने
पूर गढूळ पाण्याचे पाहतो क्लेषाने

दिसत नाही हल्ली मला पुराच्या पाण्यात माझाच चेहरा
नितळ निळे पारदर्शी जळ फिरवून बसलेय त्याचा मोहरा
काळे काळवंडले आभाळ, धुरांची प्रदूषणे
तुम्ही मात्र मलाच देता रोज नवी दूषणे

माझा आभाळीचा विहार पुरता ठरतोय वांझोटा
घुसमटते श्वास आणि काजळकाळ्या वाटा...

॥

६०. साथ

चोहोबाजूंनी दाटून येणारा काळोख
सगळीकडे रखरखाट
दिसेना झाड सावलीला एकही
पुढचा मार्गच दिसेना काही

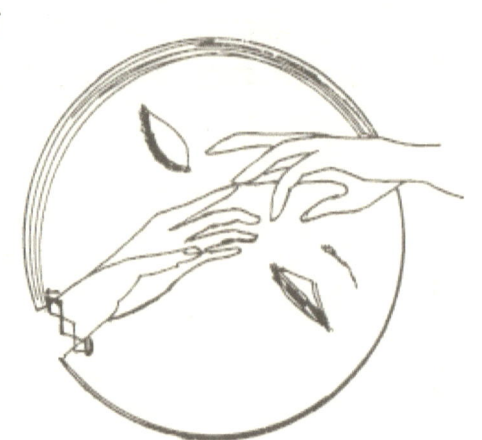

मिटून गेलेल्या दशदिशा
दिसेना ओळखीचा ध्रुवताराही
अधांतरी त्रिशंकू झालेला
ना ऐल, ना पैलही

कसली जीवघेणी अस्वस्थता
साद घातली तरी प्रतिसाद येईना
पोटात उठणारा मोठ्ठासा गोळा
किंबहुना तोंडातून काही शब्दच फुटेना

आता या क्षणी हे जग सारं इथेच थांबणार
आपल्यापुरतं तरी... का...ही सुचेना

साऱ्या जाणीवा नेणीवा
एकवटून आर्त
अन् ओंजळभर मायेची थाप
धीराचा हात
गरजून बरसणाऱ्या पावसापेक्षा अनमोल

निःशब्द समंजस साथ
सावली धरल्यासारखी
अनाहत नादब्रह्मासारखी
सागराच्या गंभीर गाजेसारखी
मनाला उभारी देणारी— अनमोल

❐❐

६१. अद्वैत

लसलसत्या अस्तित्वाचं मर्म चाचपून पाहताना
त्याच्या प्रयोजनाचं गूढ ढांढोळून पाहताना
इतरांच्या संदर्भातच किनारा गाठतं अस्तित्व...

स्वानंदी घिरट्या घालत स्वत:ला स्वत:त पाहताना
संदर्भाशिवायचं तारू भोवऱ्यात गरगरताना
शोधले असेच काही बाही अर्थ...

आणि एका कोऱ्या क्षणी मनोमन उमजलं
साऱ्या संदर्भांचं वैय्यर्थ...

त्या झळाळ क्षणी मी पाहिलं
तुझं माझं अद्वैत...
आणि मग सारेच संदर्भ
गळून पडले...
विरून गेले...
झडून गेले...

उरली फक्त आपली
एकजीव एकतानता
तुझी माझी
एकलय एकरूपता...

६२. तुझ्यावेगळे माझे मीपण

कोलाहलात गलबल्याच्या
गोंगाटांचे भरले रांजण
अंतरातल्या अंतराळी
असे साथीला माझे मीपण

होते तुझ्या डोळ्यांत पाहिले
मीच मजला बनून दर्पण
माझे न काही आता जवळी
तुलाच होते अवघे अर्पण

ओंजळ भरले सोनचाफे
मुकीच होती गंधित गुंफण
दरवळ येता तुझ्या स्मृतींचे
स्मितात रमले हिरवे गोंदण

जरी पुन्हा नादत होते
रुमझुमणारे पायी पैंजण
वेधत होते मी माझ्यातील
तुझ्यावेगळे माझे मीपण

६३. पुन्हा फुलणे पिऊन वीज

स्वच्छंद झोकदार धूम्रवलय
संथ संथ उलगडते
सम साधत विचारलय
डौलदार वेटोळत जाते

स्मरतात घुमटणारे पाय
मधु बोल सैंय्या सैंय्या
भोवंडणारा नित्य नवा
दिशाभुलींचा भूलभुलैय्या

पुन्हा पुन्हा शोधले अर्थ
काय ते सारे निरर्थ
खणत राहिलो पुन्हा व्यर्थ
आता उमजतो अन्वयार्थ

सतारीच्या तुटल्याच तारा
अर्ध्यावरती खुडले बीज
खुरट्या झाडाने आता
पुन्हा फुलणे पिऊन वीज

६४. सूर्याचं क्षितिज

सूर्य मावळतो– त्या तिथे
जिथे आमचं क्षितिज असतं
पण कोणतंच क्षितिज नसण्याचं
त्याचं भागधेय असतं

तिसरा डोळा उघडून त्याची
तलखीची झगमग
काळजात भरून राहिलेली
कायम शोधाची तगमग

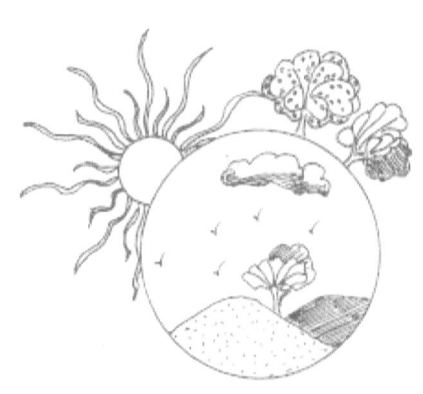

सूर्याच्या भरवशावर
आमची रोजचीच लगबग
कायम नव्या क्षितिजांच्या शोधात
पदरी बांधून सूर्याची तगमग

जे आमच्याकडे नाही
तेच हवं आम्हाला...
आणि आहे त्याहून वेगळं
तर नेहमीच हवं आम्हाला...

□□

६५. चंद्रमौळी

देहाच्या समईची ज्योत
फडफडते भणाण वाऱ्यात
निगुतीने तेवण्यासाठी
किती आटापिटा कठीण

राऊळाच्या गाभाऱ्यात
उजळती दिव्यांच्या ज्योती
शांत मंद तेवतसे
वाऱ्याशिवाय पणती

वादळी तुफानाने जरी
विझतात साऱ्या ज्योती
चंद्रमौळी झोपडीत
चांदणे बरसते मोती

□□

६६. मावळतीचे रंग

सूर्य अस्ताचलास जातो
मावळतीचे रंग उधळत
जाताना नेहमीसारखंच
आमचं बरंच काही नेतो

सूर्याचं मावळणं
आपलं काही हरवणं
नंतर मग चुटपुटणं...
आता रोजचंच झालंय

मी नसेन तेव्हा मग
तो माझं काय नेणार...
काय काय हरवणार
तेच मला पहायचंय...

तेव्हा तो चुटपुटेल...
...क्षणभर...
...क्षणागणिक...
...क्षणाक्षणांनी...

६७. विचारायचे ते राहून गेले

अजून चालायचे किती
अन् किती विसावे घ्यायचे
विचारायचे ते राहून गेले...

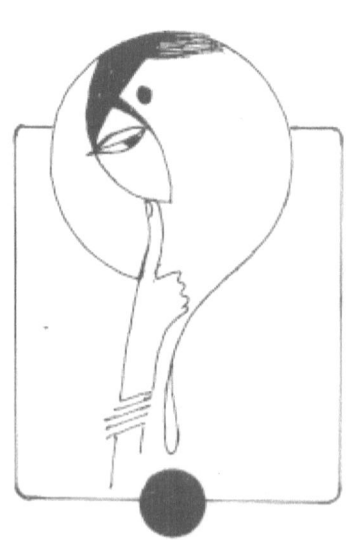

अजून आसू ढाळायचे किती
अन् किती घाव सोसायचे
बरसायचे ते राहून गेले...

अजून साजिरे हसून किती
अन् किती काय लपवायचे
मोहरायचे ते राहून गेले...

□□

६८. बुलंद भिंती

निश्चयी त्वेषाने
मारत मुसंडी
फेसाळ लाटांच्या
आवेगी झुंडी

तुफानी वाऱ्याचे
झोत बेबंदी
उन्मत्त लाटा
झेले तटबंदी

सागरी दुर्गाची
निधडी छाती
कणखर वज्राच्या
बुलंद भिंती

भिंतीआतली ऊब
मायेची अपार
म्हणूनच तटबंदी
अभेद्य आरपार

❐❐

६९. का म्हणून पुन्हा पुन्हा

का म्हणून पुन्हा पुन्हा
ही वेळ पदरी येते
तोडण्याचे, उचकटण्याचे
भागधेय हाती येते

स्तब्धतेला नख लावत
गार अंधार चिरत येते
दुखऱ्या आठवांचा
मनभर उत्सव मांडते

टिपं गाळून जखमांना
सुप्तावस्थेत जाता येते
जखमी न होणाऱ्यांना
रडण्याचीही मुभा गोठते

उमेद अशी नाकासमोर
नाउमेद वाट चालते
अवचित बेसावध क्षणी
पुन्हा पूर्ण उमलून येते

हे ते नाही, जे हवं होतं
असं करता करता
प्रेयस नाही तरी
श्रेयस आपलेसे होते

का म्हणून पुन्हा पुन्हा
ही वेळ पदरी येते
तोडण्याचे, उचकटण्याचे
भागधेय हाती येते...

७०. काळ

तो येतो... तो येतो तेव्हा
कुठून येतो काळ सखे...
तो जातो... तो जातो तेव्हा
कुठे जातो काळ सखे?

न कुठेच जातो तेव्हा मग तो
कुठे लपतो, हे गूढ महा
हा काळाच्या लपाछपीचा
खेळ रंगतो कसा पहा...

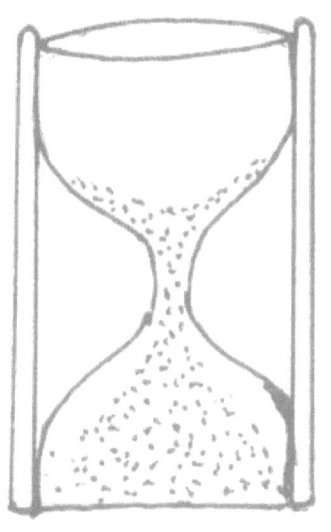

ह्या रंगाची, त्या ढंगाची
कधी काळाची कृष्ण सावली
कधी उल्हासे सजली धजली
सुवर्णकाळी भरून पावली...

असा काळ हा असे प्रवाही
की आहो आम्हीच प्रवाही?
अन् काठांवरूनी काळ अचलसा
पाहतो कालांतरे अमुची...

त्याच्या गावाच्या काठांमधुनी
आम्ही चाललो निरंतरे
अन् स्थितप्रज्ञ तो निश्चलसा
पाहे योनि स्थित्यंतरे...

☐☐

७१. पारिजात

रात्रीतले ते हळुवार कोवळे
टिपून घेतो पारिजात
चांद रातीचे मदिर प्याले
प्राशून घेतो पारिजात

दवात हरखली पहाट येते
मिटून सारे सावळे
रात्र मग बसे सावरित
विखुरलेले डोह काळे

चांदण्यांचे सोस सारे
हवेहवेसे बरसणे
चांदण्यांच्या कोषातले
शांत होत सुखावणे

चांदण्यांचे शुभ्र सारे
कि उषेचा रक्तिमा...
पारिजात बावरून
उभा अवघड संभ्रमा

तो अधीर उषेच्या स्वागतास
सडा फुलांचा शिंपतो
कि व्याकुळसा विरहात रात्रीच्या
रक्तदेठांचे शुभ्र अश्रू सांडतो...

❏❏

७२. लेकी गं...

लेकी गं
तू शीक पचवायला...
नकाराचं वास्तव
अनिच्छेचा विस्तव
वादळाची धास्ती
अनुभवांची मस्ती

तू शीक पचवायला...
द्वेषांचे आवेश
लोभ-मोहांचे उन्मेष
चौकटीतले नियम
आणि नियमांचे यम

तू शीक पचवायला...
विखारांचे डंख...
पण नको खुडू देऊ
आकांक्षांचे पंख

नको झेलू कधी
अपमानांचे जिव्हार
वा कुणी फेकलेले
अगतिक भिकार

...मात्र फुलव तुझ्यातले
स्वाभिमानाचे अंगार
मग बघ कशी झळाळशील
होऊन नवा आविष्कार

तू शीक धिक्कारायला
माणसातला पशू
...मात्र जप प्राणपणाने
अंतरातला पुनर्वसू!

□□

७३. श्रावणरंग

श्रावणरंग होती अनावर
चराचराला आला गहिवर
तृप्तीचे हुंकार उमटती
फुलाफुलांतून साऱ्या तरुवर

ओली निथळत पाने कोमल
कमळफुलांचे शांत जलाशय
थेंबांनी हळुवार टिपले
कुणास्तव हे अवघे आशय

इंद्रधनूचा पूल होतसे
आश्वासक काळाचा पदपथ
तरी क्षितिजाच्या वाटेवरचा
भळभळणारा मी अश्वथ

अवती भवती दरवळणारा
रानकेवडा किती तृप्त
ह्या काटेरी वाटेवरचा
सुखावणारा मी पांथस्थ...

□□

७४. बछडं माझं

बछडं माझं सोनुकलं
छकुलं कसं टुकुटुकुर बघे

हाकारे उकारे चित्कारे
साद घालून लक्ष वेधितसे

पाय हात कसे हलविते
फुलपाखरू जणू पंख फडकावते

दुडू दुडू उड्या मारतसे
पाडस जसे हरिणाचे

गळा मिठी घट्ट घालतसे
मनी माऊचं पिल्लू कसं गोंडस ते

पापे त्याचे घ्यावे किती
समाधान मन ना कधी पावते

पापे त्याचे सायसाखरेचे
पक्वान्ने सारी फिकी पडे

हाकारावे किती नावे विशेषणे
कौतुक भरते उधाणले

डुंबतो डोही आनंदाने
वात्सल्य क्षण साफल्याचे...

□□

७५. निःसंग क्षणांचा अवकाश

निळसर पारव्या रंगाचं गूढरम्य धुकं
डोंगर टेकड्यांवरून लोळण घेत
घरांना दऱ्यांना वेढून टाकणारं

धुक्यातून झिरपणारे सोनेरी किरण
कळे न कळेशा प्रकाशानं
चमकणारा आसमंत, चिवचिवणारी पाखरं
दूरवर टिवटिवणारी टिटवी
गात्रागात्रांत झिरपणारं विसाव्याचं सुख
काळ जणू स्तब्ध झालाय...

भूत-भविष्यातला अंधार-उजेड
सुख-दुःख, प्रेम-तिरस्कार
सगळं दोन फुटांवरच्या धुक्यात
एकरूप एकाकार झालंय...

ना भूतकाळाची बंधनं, ना भविष्याची ओढ
क्षण फक्त हा आणि हाच...
वर्तमान जगण्याचा, निमिषभर थांबण्याचा, प्रतिक्षेचा
एका क्षणापासून दुसऱ्या क्षणापर्यंत
काळाचा अवकाश अनुभवण्याचा
परंतु सर्वस्वी माझाच...

मागच्या-पुढच्या आयुष्याच्या वाटचालीतला
एवढा नि:संग क्षणांचा अवकाश
धुक्यासारखाच तरल विरल अधांतरी
आजवरच्या सुख-दु:खांना, आशा-निराशांना
आपल्या मऊ मखमली हातांनी दूर लोटणारा...

जुन्या आठवांना ना थारा इथे
भविष्यातल्या मनोराज्यांचे इमले बांधायला मज्जाव इथे
आठवतात काही सूर, काही गंध— तेही अशरीरी
त्या संदर्भातील माणसांना यायला बंदी आहे इथे...

□□

७६. मंत्र श्रावण

हिरवी आस, हिरवे वास
हिरव्या श्वासांचे हिरवे ध्यास
हिरव्या साजिऱ्या रुजव्याचा
पाचू श्रावण...

रिमझिम धारा, श्रावण वारा
घेऊन जाता नील घनाला
उन्हात हसतो, नीर बरसतो
लहरी श्रावण...

झडून गेल्या सोनसरींचे
थेंब बिलोरी पानांवरचे
लखलखणारा, चमचमणारा
लोलक श्रावण...

निळ्या पिवळ्या सान फुलांचे
जाई जुईच्या शुभ्र कळ्यांचे
गंध रिघवित दरवळणारा
अत्तर श्रावण...

फुलले पानपिसाऱ्यांचे
संभार मातल्या वेलींचे
उतून ओसंडून वाहणारा
प्रपात श्रावण...

रखरखणारे ताप निमाले
आसमंत लोभस खुलले
भारलेला, मंतरलेला
मंत्र श्रावण...

७७. कोण मी...

कोण मी, कुठून आलो, कसा आरंभ-अंत
प्रश्नांचा कल्लोळ सोबतीला अनादि अनंत

हरवून चाललोय ह्या आदिम कोलाहलात
मधी मज लाभणार तो नीरव एकांत

जरी ठाऊक आहे जीव हा सान्त
तरी दो वेळच्या चतकोराची भ्रांत

युगांमागुनी युगे लोटता, होतो युगान्त
पाहण्यास पण हे नसणार मी इथे जिवंत

सांधावया दो टोके धावपळून प्रयत्नात
ना कळे कधी या साऱ्याचा होणार अंत?

रोज नव्याने कुरुक्षेत्र करणार पादाक्रांत
फिरुनी पुन्हा हेच चक्र चालणार दिगंत

दु:सह सारे होऊनी, जीव भारी अशांत
न जाणो कधी होणार हे मन शांत?

मिरवतो टेंभा कर्तृत्वाचा दंभ करीत
कल्पनेत रममाण जीव आहे सुखाय स्वांत

तोकडेपण ह्या जीवाचे उमजले मनात
जराजर्जर शरीर हे पूर्णत: विक्लांत

समर्पित कर्तेपण लीन तुझ्या चरणांत
क्षणभरात मोकळे नि पूर्ण निश्चिंत

□□

७८. कुठे आहे तिची माती ?

कुठे आहे तिची माती
ना ऐल तिला, ना पैल
कुठे कशी केव्हा कधी
तिने रुजवावी मुळं...?

नेहमीच ऐकते ती–
तू तं परक्याचं धन
हे घर नाही तुझं
नाही हक्काचं अंगण

हुंडा तुला किती किती
द्यावा लागेल गं बाई
करू नको काही हट्ट
पैसा जोडण्याची घाई

मन मारून जगणं
तिला शिकवलं जाई
तिच्या लगनासाठी
उडे मोठी लगीनघाई

हुंडा न देण्याचा
ह्यांचा मोठा बाणेदारपणा
हुंडा न घेण्याचा त्यांचा
दिसे मानभावीपणा

हुंडाविरोधी कायदा
वधुपक्षाचा फायदा
हुंड्याऐवजी पोरीचा
नोकरीचा हो वायदा

हुरळून जाते पोर
किती पुढार सासर
शिक्षणाचा नाहीतर
कसा होईल वापर?

पगाराचा मोठ्ठा हुंडा
पाणी भरतो घरात
मर्जी राखण्या साऱ्यांची
धडपडे दिनरात

स्तुतिसुमने अर्पून
सारे कावा साधतात
ह्याही घरी, त्याही घरी
दावणीला जुंपतात

स्वालंबन पैशांचं
दिसे फक्त वरकरणी
आतली ती गुप्त बात
तीच जाणे मनोमनी

विरोधात जर तिने
चुकून काढला ब्र
चारित्र्यहननास ते
नाही कचरणार बरं!

तोंड दाबून मुकाट
साही बुक्क्यांचा मार
कुंपणच शेत खातं
कुठे दाद मागणार?

स्त्री हक्कांसाठी सारे
फक्त करती वायदा
इथे चालतो केवळ
तो म्हणे सो कायदा

कायद्याची भेंडोळी
बासनात गुंडाळली
पटेना सर्व तर
तिच्या देहाचीच होळी

हक्क नाही इथे तिथे
तुझी तूच गं सावर
नको परतूनी पाहू
बंद माहेराचं दार

कुठे आहे तिची माती
ना ऐल तिला, ना पैल
कुठे कशी केव्हा कधी
तिने रुजवावी मुळं...?

❐❐

७९. तळ्याकाठी निःशब्द बसावे

तळ्याकाठी नि:शब्द बसावे
अलगुज देता-घेताना
आकाशीचा भिरभिर पक्षी
मला दिसावा गाताना...

मंद वाऱ्यावर झेपावे
गरगर गिरक्या घेताना
चढाओढ सावरीच्या संगे
उंच अलगद जाताना...

निळ्या नभाला तळी पहावे
नीलमण्यासम लखलखताना
अन् वाऱ्याची अवखळ लहर
पाण्यावर लाटा उठताना...

माळवतीचे रंग पहावे
क्षितिजाकाठी रंगताना
अशा क्षणी साक्षीस असावे
रंगोत्सव उधळताना...

मावळतीचे रंग माखले
मखमली रानफुलोऱ्यांना
पक्ष्यांनीही रंग टिपले
हळूच फडफड उडताना...

काठावरच्या राऊळातला
नाद घंटेचा घुमताना
त्या नादाचे गीत होई
रंध्रांत सूर भिनताना...

आर्त सूरांची आरत होते
अशा कातरवेळांना
छेडत जाते तार मनाची
पुन्हा तुजला स्मरताना...

❐❐

८०. पैलातले हंस

ह्या ऐलातली तृषार्त धरा
विराट रखरखते वाळवंट
खुपणारे काटेरी निवडुंग
सळसळते विखारी डंख

त्या पैलातले नितळ निळे
झुळझुळ आरसपाणी संथ
डोलणारी लाल कमळे नि
विहरणारे शुभ्र देखणे हंस

□□

www.ingramcontent.com/pod-product-compliance
Lightning Source LLC
Chambersburg PA
CBHW051928240626
47153CB00004B/1412
* 9 7 8 8 1 7 2 9 4 9 6 1 7 *